विश्वकवी रविबाबू

रा.वा. शेवडे गुरुजी

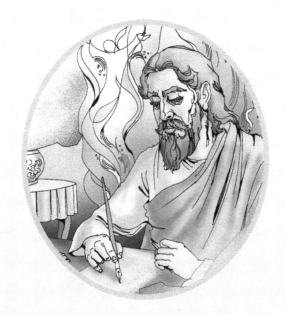

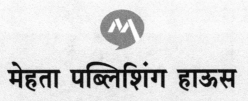

D1652022

मेहता पब्लिशिंग हाऊस

✻ **VISHWAKAVI RAVIBABU**
by R.V. Shevade Guruji

✻ **विश्वकवी रविबाबू** / कुमार साहित्य
रा.वा. शेवडे गुरुजी

✻ © मेहता पब्लिशिंग हाऊस

✻ प्रकाशक
सुनील अनिल मेहता
मेहता पब्लिशिंग हाऊस,
१९४१, सदाशिव पेठ, माडीवाले कॉलनी, पुणे ३०.
✆ ०२०-२४४७६९२४
E-mail : info@mehtapublishinghouse.com
Website : www.mehtapublishinghouse.com

✻ प्रथमावृत्ती
सप्टेंबर, २०१७

✻ मुखपृष्ठ व आतील चित्रे
देविदास पेशवे

✻ ISBN 9789386745545

ग्रंथविक्री व ग्रंथप्रकाशनाच्या क्षेत्राात
धडाडीने, कल्पकतेने व कर्तृत्वाने
अल्पावधीत कौतुकास्पद कामगिरी करून
करवीरची शान मान वाढविणारे माझे कष्टशील
तरुण स्नेही
श्री. अनिलकुमार मेहता
यांना आशीर्वादपूर्वक अर्पण

"ईश्वर, अरे ईश्वर. कुठं हरवलाय कुणास ठाऊक?"

"जी बाईजी!"

"अरे हा हट्टी रवी, काहीच सुचू देत नाही."

"असं काय केलं रविबाबूंनी?"

"सारखा माझ्यामागून हिंडतोय, खेळणी दिली तरी नको म्हणतोय. खाऊ दिला तर नको म्हणतोय आणि म्हणतोय गोष्ट सांग."

"हात्तिच्या, मी सांगतो की गोष्टी."

"ईश्वर, त्याला रामायणातील नाहीतर महाभारतातील गोष्ट सांग."

ईश्वर रामायणातील गोष्ट सांगणार म्हणून रविबाबूची कळी खुलली. तो आईला सोडून पटकन ईश्वरकडे गेला. तो ईश्वरला म्हणाला,

"मोठ्ठी मोठ्ठी गोष्ट सांगितली पाहिजेस बघ."

"सांगतो ना."

ईश्वर रविबाबूला रामायणातली गोष्ट सांगणार आहे, याचा पत्ता टागोरांच्या वाड्यातल्या इतर मुलांना लागायला वेळ लागला नाही. ते गोळा झाले. शेजारच्या खास खोलीत गेले आणि तेथे ईश्वरचे सरस आणि सुरस कथाकथन सुरू झाले. मध्येच त्या खोलीत श्याम

१

आला. तो ईश्वरला म्हणाला,

"भैया, बाईजींनी तुला बोलावलंय. दे माझ्या ताब्यात ही मुलं."

"ठीक! पण त्यांना छान गोष्ट सांग बरं का! मी जातो."

ईश्वर निघून गेला. ईश्वरप्रमाणे श्याम कथा सांगण्यात तरबेज नव्हता. त्यालाही घरात ढीगभर कामे होती. मुलांनी त्याला विचारले,

"सांगतोस ना?"

"हे बघा पोरांनो, आता मला कामं आहेत बरं का! तोपर्यंत इथंच बसून राहायचं. हे बघा मी खडूनं एक रेघ मारतो. जर बाहेर गेलात तर सीतेला खाणारा राक्षस तुम्हाला खाऊन टाकील."

खडूनं रेघोटी मारून श्याम कामाला गेला. मोठी मुले त्याच्या विनोदावर हसत हसत रेषा ओलांडून निघून गेली, पण छोट्या रवीला रेषा ओलांडण्याचे धाडस झाले नाही.

रविबाबूचे बालपण अशा वातावरणात जात होते. श्रीमंताचा मुलगा म्हणून वाड्याबाहेर जाण्याची त्याला बंदी होती. वाड्याबाहेर जाण्यासाठी त्याचा जीव खाली-वर होत असे. त्याच्यावर अतिशय प्रेम करणारे त्याचे पिताजी देवेंद्रबाबू कामानिमित्त बाहेरगावीच असत आणि प्रेम असूनही सतत खूप काम असल्यामुळे त्याच्या माताजींना, शारदादेवींना सवड मिळत नसे. उंची कपडे घालावेत. नोकरांच्याकडून सारे करून घ्यावे आणि मधूनमधून खिडकीतून बाहेर दिसणारा नयनमनोहर निसर्ग पहात राहावे, असा रविबाबूचा नित्यक्रम बनून गेला होता.

❋ ❋ ❋

कलकत्त्याला टागोरांच्या वाड्यात सर्व प्रकारचे बडेबडे लोक, अधिकारी, देशभक्त, संत, समाजसुधारक आणि महापंडित येत. प्रसंगी आपल्या साहित्य-संगीत-कलादी गुणांची हजेरी लावीत. जे गरजू असत त्यांना बिदागी मिळे. जे गरजू नसत, ते निखळ समाधानाने परतत.

बंगाली संस्कृती टागोर कुटुंबाच्या रोमारोमात भरलेली होती. त्यांच्यात श्रीमंतीबरोबर सौंदर्य, शालीनता आणि सात्त्विकता होती. तिथली मुले कधी कोणत्या शाळेत गेली नाहीत. इतकेच नव्हे तर त्या वाड्याच्या आवाराबाहेर कधी पडली नाहीत. मुलांची अभ्यासिका असे. तज्ज्ञ, गुणी शिक्षक तेथे येऊन मुलांना शिकवीत. मुलांच्या विकासात कधी काही कमी आढळली नाही. कोणी संगीतात, कोणी चित्रकलेत, कोणी वक्तृत्त्वकलेत, कोणी वकिलीत, कोणी समाजसेवेत आघाडीवर असे. असे जरी असले, तरी काळाच्या ओघात काही बदल घडून येतच असतात. आधुनिक काळात मुलांचा सर्वांगीण विकास होण्याच्या दृष्टीने त्यांनी घरापेक्षा शाळेत जाणे आवश्यक मानण्यात येत होते आणि त्याला अनुसरून रविबाबूपेक्षा वयाने मोठी असलेली मुले शाळेत जाऊही लागली होती.

एके दिवशी संध्याकाळी आपल्या आवडत्या खिडकीतून रविबाबू बाहेर पाहत होता. झाडावरच्या पाखरांचा किलबिलाट, खळखळून वाहणारी नदी पाहून त्याला वाटले की हे एवढे पाणी येते कुठून आणि जाते कुठे? सूर्यास्त झाला नि पश्चिम क्षितिजावर लुकलुकणाऱ्या चांदण्या त्याला दिसल्या. त्याला वाटले, त्या आपल्याला बोलावीत आहेत.

एकटक नजरेने निसर्ग पाहण्यात तो गर्क झाला असता ईश्वरभैयाची, "रविबाबू, रविबाबू!" अशी हाक त्याच्या कानावर आली. रविबाबू म्हणाला,

"का हाक मारलीस ईश्वरभैया?"

"रविबाबू, संध्याकाळ होऊन गेली. दिवेलागणीची वेळ झाली आणि असे एकटेच वेड्यासारखे खिडकीतून काय पाहत बसलात? बाईजींना समजलं तर त्या मला रागावतील."

ईश्वरभैय्याने खोलीतला दिवा लावला. त्यांचा चेहरा अधिक खुललेला ईश्वरला दिसला.

ईश्वर पुढे झाला. रविबाबूच्या कानाजवळ येऊन म्हणाला,

"रविबाबू, एक वाईट बातमी."

"कसली रे? आणि असं हळू कानात येऊन काय सांगतोयस?"

"त्याचं असं आहे. आज मुनिमजी शाळेत जाऊन आले आणि उद्यापासून तुम्हाला शाळेत घालायचं ठरलंय!"

"अरे, मग ही वाईट बातमी नव्हे, ही तर चांगलीच बातमी."

"चागंली कसली? रविबाबू, मला माझ्या आईनं शाळेला घातलं आणि मला अभ्यास येत नाही, म्हणून त्या मारकुट्या मास्तरानं अस्सं झोडपून काढलं की जणू माझ्या पाठीचं धिरडंच झालं!"

"अरे, तू अभ्यास केला नसशील. मी अभ्यास करीन. ईश्वरभैया, मला कित्ती आनंद झालाय म्हणून सांगू!"

"तो का बरं?"

"मला आपल्या या वाड्यातून बाहेर जायला मिळणार वासरासारखं बागडायला मिळणार; पण काय रे ईश्वरभैया-"

"काय रविबाबू?"

''रोज मला न्यायला नि आणायला तूच ये. कळलं ना?''

दुसरे दिवशी मुनिमजी, ईश्वर आणि रविबाबू जवळच्याच एका प्राथमिक शाळेत गेले. तेथे रविबाबूचे नाव दाखल करण्यात आले. केवळ रविबाबूचा हट्ट म्हणून चार दिवस ईश्वर बरोबर गेला. येताना आणायलाही गेला; पण पुढे रविबाबूनेच त्याला सुट्टी दिली.

रविबाबूची शाळा सुरू झाली. वाड्याच्या बाहेर मोकळ्या वातावरणात हिंडायला मिळाले म्हणून रविबाबूला आनंद झाला; पण तसा तो शाळेत रमला नाही. त्याचे गुरुजी त्याच्याबद्दल तक्रारी करू लागले. गुरुजी काही शिकवू लागले की हा स्वत:ला विसरून बसे. छताकडे तो एकटक नजर लावी. गुरुजींनी घोकायला सांगितले तर हा गप्पच बसून राही. मधूनमधून गुरुजी त्याला ताकीद देत. तेवढ्यापुरते काही केल्यासारखे, घोकल्यासारखे रविबाबू करी.

गुरुजींच्याकडून रविबाबूविरुद्ध घरी तक्रार गेली आणि रविबाबूसाठी एका खास तज्ज्ञ शिक्षकाची शाळा सुटल्यावर संध्याकाळी शिकवणी ठेवण्यात आली.

रविबाबूबरोबर इतरही मुलांचा अभ्यास गुरुवर्य अघोरबाबूंनी करून घ्यावा आणि त्यांच्या मानधनात थोडी वाढ करावी असे ठरले. गुरुवर्य अघोरबाबू कडक शिस्तीचे भोक्ते होते. त्यांच्यापुढे मुलांच्या गमजा चालत नसत. वर्गाला आवश्यक तेवढा अभ्यास अघोरबाबूंच्या शिकवणीमुळे रविबाबूचा होऊ लागला; परंतु ज्या पद्धतीने अघोरबाबू शिकवीत होते, त्यामुळे रविबाबूच्या मनात अघोरबाबूंच्याबद्दल आणि एकंदर अभ्यासाबद्दल तिटकाराच निर्माण झाला.

एकदा मुसळधार पाऊस पडत होता. संध्याकाळचे सहा वाजले होते. शिकवणीसाठी मुले दप्तरे घेऊन बसली होती. पावसाकडे पहात रविबाबू म्हणाला,

''काय मस्त पाऊस पडतोय!''

''आधी येऊन बस दप्तराजवळ,'' एक मुलगा उद्गारला.

''एवढ्या पावसातून गुरुजी येणंच शक्य नाही. आज आपल्याला सुट्टीच मिळणार. चला, मी तुम्हाला गोष्ट सांगतो, लव-कुशाची!''

रविबाबू गोष्ट सुरू करणार इतक्यात एवढ्या पावसातून शिकविण्यासाठी अघोरबाबू आले होते. ते मुलांना म्हणाले,

''या पावसामुळे मला यायला दहा मिनिटं उशीर झाला. पाऊस कमी झाला नाही तर वीस मिनिटं जास्ती अभ्यास घ्यायचं ठरवलंय.''

रविबाबूने अघोरबाबूंच्याकडे पाहिले. ते त्याला म्हणाले,

"रविबाबू, शेवटच्या दहा मिनिटात तुला गोष्ट सांगणार आहे बरं!"

रविबाबूला बरे वाटले नि त्या दिवशी रविबाबूची शिकवणी एका गोष्टीने संपली.

एके दिवशी कलकत्त्यातील एका मोहोल्ल्यातील दोन गटात दंगल उसळली. सुरामारी, लुटालूट, दगडफेक झाली. पोलीस आले. त्यांनी लाठीमार केला. चाळीस लोक जखमी झाले. शंभर लोक पकडले गेले.

शिकवणीच्या खोलीत बसलेली सर्व मुले एकमेकांच्या तोंडाकडे पाहून चर्चा करीत होती, चिंता व्यक्त करीत होती. रविबाबू मात्र खुशीत होता. एका मुलाने विचारले,

"रविबाबू, तुला कसला रे आनंद झाला?"

"मला? सांगू?"

"हो, हो, सांग."

"म्हणजे निदान त्या जखमींत आपले देशभक्त गुरुजी अघोरबाबू असणार आणि आज शिकवणीला सुट्टी मिळणार."

सगळ्यांनाच खरे वाटले की, आज शिकवणी होणार नाही. अघोरबाबू येणार नाहीत. मुलांनी आंधळ्या कोशिंबिरीचा खेळ मांडला. पंधरा-वीस मिनिटे त्यांना खेळायला मिळाली असतील नसतील तोच गुडघ्याला पट्टी बांधलेली आणि लंगडत लंगडत येणारी अघोरबाबूंची स्वारी त्यांना दिसली. अघोरबाबू अभ्यासिकेत आले.

६

"गुरुजी, गुरुजी, काय झालं? कसं लागलं?" मुलांनी गलका केला.

"सगळं सांगतो; पण आधी अभ्यास संपवून टाकू या."

अभ्यास संपला आणि अघोरबाबू सांगू लागले,

"गोड गळ्यानं काही मुले गीत गात येत होती."

"कोणतं गीत?" कधी न बोलणारा रविबाबू उत्सुकतेने बोलून गेला. त्याच्या या प्रश्नाने अघोरबाबू स्तिमितच होऊन गेले आणि आपल्या गोड गळ्याने त्यांनी ते गीत रविबाबूला म्हणून दाखविले. गीताचे सूर, ताल, शब्द रविबाबूच्या कानावर पडले आणि तो थोडा पछाडल्यासारखा झाला. अघोरबाबू निघून गेले. मुले आपल्या कामाला लागली; पण रविबाबूचे मन त्या गाण्याचे सूर, ताल नि शब्द गुणगुणतच राहिले.

✿ ✿ ✿

रविबाबूची शाळा सुरू झाली. वाड्याबाहेर पडायला मिळाले, म्हणून त्याला बरे वाटले. त्याने शाळा चुकविली नाही तरी शाळेच्या कृत्रिम जगतात तो कधीच रमला नाही.

शिक्षकांच्या त्याच्याबद्दलच्या तक्रारी वाढल्या. 'कुणी म्हणे पिताजी हिमालयात गेले आहेत म्हणून बिचाऱ्याकडे कुणाचंच लक्ष नाही. कुणी म्हणत मठ्ठ डोक्याचा आहे. कुणी म्हणत फार लाडावलेला आहे. कुणी म्हणत एकलकोंड्या आणि घुम्या आहे.'

रविबाबू विरुद्धच्या तक्रारींकडे प्रथम शारदादेवींनी दुर्लक्ष केले. पुढे तर काही निमित्त काढून रविबाबू शाळा चुकवू लागला. तसा तो आता लहान नव्हता. चांगले सातवे संपून आठवे लागणार होते त्याला. तो घरात असल्यावर ईश्वरची पाठ सोडीत नसे. शारदादेवींपेक्षाही ईश्वरचा त्याला लळा लागून राहिला होता.

शाळेकडे लक्ष नसले, तरी रविबाबूचा विकास काही थांबला नव्हता. देवेंद्रबाबूंचा त्या काळातला तो वाडा म्हणजे एक छोटे सांस्कृतिक केंद्र होते. कोणी बडे पाहुणे भेटायला येत आणि मेजवान्या होत. कोणी साधुसंत येत, दोन दिवस मुक्काम करून जात. त्यांच्या पद्धतीने त्यांचा सत्कार होई. अशा वेळी चर्चा होत. प्रवचने होत. विनोदाच्या फैरी झडत. कधी कधी नृत्याचेही कार्यक्रम होत. या सर्वांची ऊठबस करण्यामध्ये ईश्वरचा पुढाकार असे. कारण, तो त्या घरात गेली अडीच तपे घरच्यासारखा आपुलकीने राबलेला नोकर होता. टागोरांच्या वाड्यातल्या त्या सांस्कृतिक कार्यक्रमात रविबाबू विलक्षण रुची घेई.

७

लोक धिटाईने बोलतात कसे? गातात कसे? नाचतात कसे? या सर्वच गोष्टी त्याच्या आकर्षणाचे विषय होते.

एके दिवशी सकाळी ईश्वर रविबाबूला म्हणाला,

''चला रविबाबू, तुम्हाला शाळेपर्यंत सोबत करतो आणि मेणबत्त्या आणायला जातो.''

''मेणबत्त्या? आणि त्या रे कशासाठी?''

''अहो, संत बाबाजी आपल्या शिष्यांसह आज येणार आहेत. त्यांचे प्रवचन आहे. म्हणून रात्री दिवाणखान्यातल्या हंड्यांमध्ये लावायला मेणबत्त्या आणायच्या आहेत.''

''पण केव्हा येणार आहेत ते संत बाबाजी?''

''येतील दुपारचे चार वाजता!''

ईश्वरबरोबर रविबाबू शाळेला गेला. साडेतीन वाजून गेले. गुरुजींच्या शिकविण्याकडे रविबाबूचे लक्ष लागेना. दोन वेळा ताकीद देऊनही कोडगा रविबाबू ऐकत नाही असे पाहून गुरुजींनी त्याचा नाद सोडून दिला. घड्याळाचे पडलेले चार ठोके रविबाबूने ऐकले आणि त्याच्या मनात विचारांनी एकच गर्दी केली.

संत बाबाजी घरी आले असतील. ते कसे दिसत असतील? त्यांनी भगवा वेष परिधान केला असेल का? ते जटाधारी असतील की त्यांच्या डोक्याचा गोटा केलेला असेल? किती शिष्यांना ते बरोबर घेऊन आले असतील?

पाच वाजता शाळा सुटली. एक एक मिनिट एका एका तासासारखे जड जड वाटले त्याला. तो धावतच घरी आला. एखाद्या समारंभाला जमल्यासारखी गर्दी त्याला बागेच्या आवारात दिसली. भाविक लोक येत होते आणि बागेत बसलेल्या संत बाबाजींच्या पायांवर डोके ठेवून जात होते. रविबाबू आलेला दिसताच श्याम त्याच्याकडे गेला. त्याने त्याचे पाटी-दप्तर घेतले. श्याम म्हणाला,

"नळावर हात-पाय धुवा आणि संत बाबाजींच्या दर्शनाला जा."

रविबाबूने संत बाबाजींच्याकडे निरखून पाहिले. पन्नाशी उलटून गेलेले कसदार शरीराचे जटाधारी बाबाजी चित्रातल्या शंकरासारखेच त्याला वाटले. हातपाय धुऊन तो भीतियुक्त भक्तीने बाबाजींच्याकडे जाऊ लागला. कामात गर्क असलेल्या ईश्वरने रविबाबूला पाहिले. त्याने त्याला पटकन उचलून घेतले. त्याला कुरवाळीत तो म्हणाला,

"चला रविबाबू, बाबाजींच्या पायावर डोकं टेका आणि हात जोडून म्हणा– मला विद्या द्या. मला शहाणं करा!"

९

संत बाबाजींच्याकडे रविबाबूला नेत ईश्वर त्यांना म्हणाला,

"धन्याचा छोटा मुलगा, मोठा गोड आणि गुणी आहे."

रविबाबूने बाबाजींचे दर्शन घेतले. प्रसन्न चित्ताने, सुहास्य वदनाने बाबाजींनी रविबाबूला आशीर्वाद दिला. मग ती सर्व मंडळी, बाबाजींचे शिष्य, वाड्यातील आरास इ. पाहण्यात रविबाबू गर्क झाला.

संध्याकाळी प्रवचनासाठी काही मंडळी जमली. एका शिष्याने नम्रतापूर्वक, त्यांच्या कानात सांगितले, "उठावं गुरुदेव, प्रवचनाला चलावं."

शिष्यानं शंख फुंकला. सर्वत्र निःस्तब्ध शांतता पसरली. शिष्य म्हणाला,

"दुर्गोपासक महंत बाबाजी आता प्रवचनास प्रारंभ करतील."

शिवस्तोत्रातला एक संस्कृत श्लोक गुणगुणून बाबाजींनी प्रवचनाला प्रारंभ केला. बाबाजींचा आवाज बसला होता. त्यांनी बोलण्याचा प्रयत्न केला. बाबाजींची स्थिती पाहून शिष्याने जाहीर केले, "गुरुदेवांची प्रकृती किंचित बिघडल्यामुळे आता संतवाणीचा कार्यक्रम होईल."

गोड गळ्यांचे, सुरेल भजने म्हणणारे शिष्य पुढे सरकले. सुमारे दीड-दोन तासांच्या अवधीत आठ-दहा भजने आळविली गेली. त्या रसाळ, भावपूर्ण भक्तिगीतांत श्रोतृवृंद जणू डुंबून गेला. सूर, लय, शब्द कसे स्वच्छ आणि स्पष्ट येत होते. श्रोत्यांना धन्य झाल्यासारखे वाटत होते.

एक-दोन भजने झाली नाहीत, तोच जांभया देतदेत वाड्यातील मुले झोपायला गेली; पण रविबाबू एकचित्ताने भजनाचा आस्वाद घेत होता. तो डुलत होता. मनातल्या मनात धृपद आळवीत होता. त्या सर्व भजनांतील दोन-चार धृपदे चालीसकट त्याला मुखोद्गत झाली आणि मग काय? त्याच्या त्या धृपदाच्या गायनाने बाग, सोपा, अभ्यासिका, स्नानगृह त्याने दणाणून सोडले. रविबाबूचे हे काव्यगायन वाड्यातल्या काही लोकांना डोकेदुखी ठरले, तर ईश्वर, ज्योतिरींद्रबाबू आणि कादंबरीभाभी यांना रविबाबूचे विशेष कौतुक वाटले.

असाच एकदा रविबाबू ईश्वरला म्हणाला,

''ईश्वरभैया, किती छान गाणी होती रे!''

''कसली छान? सगळी गाणी सारखीच असतात.''

''असं का म्हणतोस रे?''

''जरा गोड गळ्यानं म्हटली आणि साथीला तबला-पेटी असली, म्हणजे चांगली वाटतात. रविबाबू, एक सांगू?''

''काय ईश्वरभैया?''

''अहो, त्या रात्री तुम्ही एवढे तल्लीन होऊन भजन ऐकत होतात. तुम्ही थोडे मोठे झाल्यावर असली गाणी लिहाल. तुम्ही लिहा. मग मी ती गातो बघा कसा.''

''काहीतरीच!''

ईश्वर विनोदाने काहीतरी बोलून गेला; पण वयाच्या आठव्या वर्षी गाणे लिहिण्याच्या कल्पनेने रविबाबूच्या मनाला चांगलेच पछाडले आणि ज्या खिडकीत बसून तो मनसोक्त निसर्गाचा आस्वाद घेत असे, तेथे बसून त्याने एक आठ ओळींची कविता केली. त्याने ती कविता कादंबरीभाभीला दाखविली, तिने ती आपल्या पतिदेवांच्या निदर्शनाला आणली आणि रविबाबूच्या या कवितालेखनाने तो टागोरांचा वाडा दुमदुमून गेला. काहींना वाटले पोरगा फुकट गेला. त्यात शारदादेवीजी प्रमुख! तर काहींना वाटले की, या टागोरांच्या वाड्यात श्री सरस्वतीच्या कृपेने एक महाकवी जन्माला आला. असे वाटण्यात ज्योतिरींद्रबाबू आणि कादंबरीभाभी मुख्य होत्या. त्याची कविता त्यांनी उचलून धरली. त्यांच्या पाठिंब्यामुळे, कौतुकामुळे आपण काहीतरी लिहावे असे या बालवयात रविबाबूला वाटू लागले. आणि त्याने तशाच आणखी काही गोड कविता लिहिल्या.

❈ ❈ ❈

अशीच एक-दोन वर्षे निघून गेली. टागोरांच्या वाड्यात तसा फारसा फरक पडला नव्हता. तोच एके दिवशी अचानक कोणतीही पूर्वसूचना न देता महर्षी देवेंद्रबाबू आपल्या यात्रेवरून परत आले.

देवेन्द्रबाबूंच्या आगमनाने तो टागोरांचा वाडा एका आगळ्यावेगळ्या प्रसन्न, मंगल वातावरणाने भरून गेला. बऱ्याच दिवसांनी देवेन्द्रबाबू घरी आल्यामुळे त्यांचे इष्ट मित्र, चाहते त्यांना भेटून गेले. थोडी फुरसत मिळताच त्यांनी घरच्या मंडळींची विचारपूस केली. असेच बोलणे चालले असता शारदादेवी म्हणाल्या,

"सर्व काही ठीक आहे. पण-"

"पण काय शारदा?"

"रवीचं लक्षण काही ठीक दिसत नाही."

"म्हणजे?"

"तो वक्तशीर शाळेला जात नाही. कसातरी काठावर पास होतो. एकलकोंडा झालाय. आपल्याच नादात असतो आणि कविता करतो म्हणे. माझ्या मते, तो पूर्ण कुचकामी आहे."

"अरेरे!"

"आणि विशेष असं की, त्याच्या या वृत्तीला घरचीच काही मंडळी उत्तेजन देतात."

शारदादेवींचं सर्व म्हणणे देवेन्द्रबाबूंनी शांतपणे ऐकून घेतलं. दुसऱ्या दिवशी भोजनानंतर गप्पागोष्टींच्या वेळी त्यांनी रविबाबूचा विषय काढला. कादंबरी म्हणाली,

"पिताजी, रविबाबूच्या रूपाने आपल्या या घराण्यात एक महाकवी जन्माला आला आहे, असं मला वाटतं. या वयात इतक्या गोड आणि सुंदर कविता करणं...,"

"आणि असं पहा पिताजी," ज्योतिरींद्र कादंबरीला पाठिंबा देऊ लागला. "आपल्या पुतण्याला शालेय स्पर्धेत एक बक्षीस मिळालं. केवढा आनंद झाला रविबाबूला त्याचा. जणू आपल्यालाच ते बक्षीस मिळालं आहे, असं मानून वाडाभर त्यानं ही बातमी केली."

"फार मोठं आणि उदार मन आहे त्याचं," कादंबरीने आपल्या पतीच्या मतावर अभिप्राय दिला.

या चर्चेतून देवेंद्रबाबूंना काहीसे समाधान झाले. ते म्हणाले,

"कोण काय होणार हे आपण कोण ठरविणार? जन्माला येतानाच जो तो आपलं भवितव्य बरोबर घेऊन आलेला असतो. फक्त सुप्त गुण प्रकट होण्यासाठी पोषक

वातावरण निर्माण करणं एवढंच आपल्या हाती. त्यात मात्र आपण कसूर करू नये.''

देवेंद्रबाबूंच्या या विचारावर कोणीच आपले मत व्यक्त केले नाही. काही तरी आठवल्यासारखे करून देवेन्द्रबाबू म्हणाले,

''अगदी विसरूनच जात होतो. वाड्यातली मुलं आता मोठी झाली आहेत. सगळ्यांच्या मुंजी नकोत का उरकून टाकायला? सर्वजण आता मुंजींच्या समारंभाच्या तयारीला लागा.''

वाड्यातल्या मुलांच्या मुंजी टागोरांच्या श्रीमंतीला अनुसरून मोठ्या थाटामाटात झाल्या. सर्वांना उंची पोषाख करण्यात आले. त्यांच्या शेंड्या राखण्यात आल्या. गळ्यात जानवी घालण्यात आली. आणि उंची भगवी वस्त्रे आणून त्याच्या लंगोट्या त्यांना नेसविण्यात आल्या. कानात भिकबाळ्या घालण्यात आल्या. हातामध्ये दंड देण्यात आले. काखेत झोळी देऊन 'भिक्षांदेही'चा विधी करवून घेतला गेला. त्यांना संध्या शिकविण्यात आल्या. पुरोहिताबरोबर चार दिवस त्यांची जमीनदारीच्या एका खेड्यावर रवानगी करण्यात आली. तेथे मुलांनी जाऊन ध्यानस्थ बसून गायत्री मंत्र म्हणायचे होते. संध्या पाठ करून ती यथाविधी करायची होती; पण एक रविबाबू सोडून मन लावून कोणी कोणताच विधी केला नाही. खेड्यावरून परत आल्यानंतर देवेंद्रबाबूंनी रविबाबूला शाबासकी दिली आणि एक नवी जरीच्या वेलबुट्टीची, मखमली टोपी घेऊन दिली.

हे सर्व ठीक झाले; पण ही मुले जेव्हा शाळेला गेली, तेव्हा वर्गातल्या मुलांनी त्यांना नुसते सळो की पळो करून सोडले. त्यांनी त्यांच्या टोप्या हिसकावून घेतल्या आणि डोक्याचा तबला केला. रविबाबू सोडून सर्व मुलांनी ठोशास ठोसा लगावून इतर मुलांचा दंगा स्वत:च्या सामर्थ्यावर थांबविला; पण कोवळ्या मनाचा आणि नाजूक प्रकृतीचा रविबाबू मात्र हैराण झाला. तो घरी आला तो मुसमुसून रडतच. त्याने आपल्या वडिलांच्याकडे मित्रांच्याबद्दल तक्रार केली; पण वडिलांनी शाळेत यावे आणि गुरुजींच्याकडून त्या खोडकर मुलांना शिक्षा करवावी, असेही त्याच्या कोमल मनाला वाटेना.

दोन-चार दिवस रविबाबू शाळेला गेला नाही. त्याने डोक्यावरून हात फिरविला. थोडे केस वाढले असल्याचा त्याला शोध लागला. पंधरा दिवसांत चांगले केस वाढतील, या अपेक्षेने तेवढे दिवस शाळेलाच जायचे नाही असा त्याने निश्चय केला. देवेन्द्रबाबू घरी असल्यामुळे शारदाबाईजींनी रविबाबूकडे पूर्ण दुर्लक्ष केले. चार दिवस झाले. कलकत्त्यातला आपला मुक्काम आटोपता घ्यावा व हिमालयाच्या यात्रेला जावे असे देवेंद्रबाबूंना वाटले. ते आपल्या खोलीतून बाहेर पडले, तर रविबाबू आपल्या अभ्यासिकेतून बाहेर पाहत पाहत कागदावर काहीतरी लिहित आहे, असे त्यांना दिसले. ते रविबाबूला म्हणाले,

"रविबेटा, कुणाला पत्र लिहितो आहेस का?"

"छे, छे, पिताजी, केव्हा तरी मला कविता कराविशी वाटते आणि अशी कविता केली की-"

"का थांबलास? कविता केलीस की काय वाटतं तुला?"

"खूप खूप बरं वाटतं मनाला."

"मग त्या कवितांचं काय करतोस?"

"कादंबरी भाभीकडे देतो. तिला फार आवडतात माझ्या कविता. ती माझ्या कवितांना चाली लावते आणि मला माझ्याच कविता म्हणायला शिकविते."

हे ऐकून देवेन्द्रबाबूंना फार बरे वाटले. रविबाबूच्या पाठीवरून हात फिरवीत ते म्हणाले,

"रवी, तुला प्रवास करायला आवडतो?"

"हो! हो! पण आम्हाला कोण नेणार प्रवासाला? आम्ही पडलो लहान आणि आमची शाळा बुडेल ना!"

"रवी, मी उद्याच हिमालयाच्या प्रवासाला जाणार आहे. तू माझ्याबरोबर चल. सुंदर डोंगर, खोल दऱ्या, हिरवीगार वृक्षराजी, वाहत्या नद्या, काठावरची झाडी, तो मावळणारा सूर्य आणि उगवणारा चंद्र, ते आकाशातले तारे, ध्रुवतारा आणि सप्तर्षी. अरे, काय गंमत असते प्रवासात! मी दाखवीन तुला हे सारं. मग तुला तुझ्या कवितेत हे सारं काही आणता येईल!"

आपल्याला प्रवासाला जायला मिळणार, म्हणून रविबाबूचा आनंद गगनात मावेना.

देवेन्द्रबाबू आपल्या लाडक्या मुलाला बरोबर घेऊन हिमालयाच्या यात्रेला गेले.

हिमालयाच्या यात्रेसाठी देवेंद्रबाबू आपल्या लाडक्या रविबाबूसह वाड्याबाहेर पडले. त्यांना निरोप देण्यासाठी केवळ वाड्यातली सर्व मंडळी नव्हेत, तर त्या मोहल्ल्यातले सर्व लहान-थोर जमले. साऱ्यांच्या डोळ्यांत प्रेम आणि आदर दिसत होता. रविबाबूबद्दल तर कौतुक आणि भीती या संमिश्र भावना त्यांच्या मनात उभ्या राहिल्या.

देवेंद्रबाबूंचा प्रवास सुरू झाला. त्यांनी पहिलाच मुक्काम टाकला तो शांतिवनात. शांतिवन वृक्षराजींनी गजबजलेले नव्हते. तीन-चार उंच डेरेदार हरितपर्ण वृक्ष त्या जागेला शोभून दिसत होते. एका झाडाखाली एक आश्रम पद्धतीची प्रशस्त खोली बांधली होती. तेथे बसून देवेंद्रबाबू रविबाबूला म्हणाले,

''रवि बेटा, गजबजलेलं कलकत्ता आणि हा शांत निसर्गातला फरक किती जाणवतो नाही?''

''होय पिताजी. त्या कृत्रिम शहरी जीवनापेक्षा मला हा निसर्गातला एकांत फार आवडला.''

''बेटा, तुझ्या-माझ्या आवडी अगदी सारख्या आहेत.''

''होय पिताजी; पण एक शंका विचारू?''

''विचार ना.''

''या जागेला तुम्ही शांतिवन का म्हणालात?''

''अरे, त्यालाही एक थोडीशी पार्श्वभूमी आहे.''

''ती कोणती?''

''प्रथम हिमालयाच्या यात्रेला जाताना मी इथं थांबलो, तेव्हा एक विलक्षण शांती व प्रसन्नता या जागेत मला आढळली. परत येताना मला तोच अनुभव आला.''

''पिताजी, पण असं का व्हावं?''

''अरे, काही काही जागांचं तसं माहात्म्यच असतं. कोणास ठाऊक कोण्या पुण्यवान व्यक्तीनं आपल्या वास्तव्यानं ही जागा पावन केली असेल; पण मला ही जागा फार आवडली. आणि-''

''आणि काय पिताजी?''

''या जागेच्या मालकाला पैसे देऊन मी ती विकत घेतली. ही झोपडी नि हा शांतिआश्रम इथं बांधून टाकला.''

एक-दोन दिवस पिता-पुत्र तिथे राहिले. छोट्या रविबाबूला त्या जागेत दोन-चार छोट्या कविता स्फुरल्या. त्याने त्या पिताजींना वाचून दाखविल्या. पिताजींनी रविबाबूची पाठ थोपटली. ते म्हणाले,

''बेटा, तो ज्योतिरींद्र आणि कादंबरी म्हणत होते, ते काही खोटं नाही. एक मोठा कवी होण्याचं सामर्थ्य तुझ्यात असावं, असं आता मलाही वाटतं.''

शांतिवनातून हे दोघे निसर्गवेडे प्रवासी मुक्काम करीत करीत अमृतसरला गेले आणि

तेथून हिमालयाच्या पायथ्याशी आणखी काही प्रवाशांबरोबर गेले.

त्यांचा ठिकठिकाणी मुक्काम पडे. त्या भागाची माहिती देवेंद्रबाबू रविबाबूला करून देत. प्रारंभीची सुपीक शेती, पुढे चढणीला लागणारा गवताळ प्रदेश, नंतर दाट झुडपे, पुढे उंच उंच वृक्ष आणि भर उन्हाळ्यात हिवाळ्याचा अनुभव, या निसर्गदर्शनाचा रविबाबूच्या मनावर विलक्षण परिणाम झाला. त्यांच्या प्रवासात त्यांना साधू भेटत. ते देवेंद्रबाबूंना नमस्कार करीत. रविबाबू आदराने त्या साधूंचा प्रेमळ आशीर्वाद घेत. रस्त्यात असंख्य भिकारी रविबाबूला दिसले. त्यांना पाहून तो व्याकूळ झाला.

देवेंद्रबाबूंनी रविबाबूला रात्रीच्यावेळी आकाशातील ताऱ्यांची माहिती दिली, तर फिरता फिरता असंख्य वृक्षांची नावे, त्यांचे औषधी गुणधर्म समजावून सांगितले. अशी सहा महिने भटकंती करून पिता-पुत्र परत आले.

गेल्या सहा वर्षांत आपण जे काही शिकलो नाही ते या सहा महिन्यांत शिकलो, असे रविबाबूला वाटले. घरी परत आल्यावर यात्रेसंबंधीचे नाना प्रकारचे प्रश्न त्याच्या मित्रांनी, घरातल्या लहान-थोर मंडळींनी आणि ईश्वरभैयाने विचारले. रसभरित वर्णन करून आपल्या प्रवासाची माहिती रविबाबूने त्यांना सांगितली.

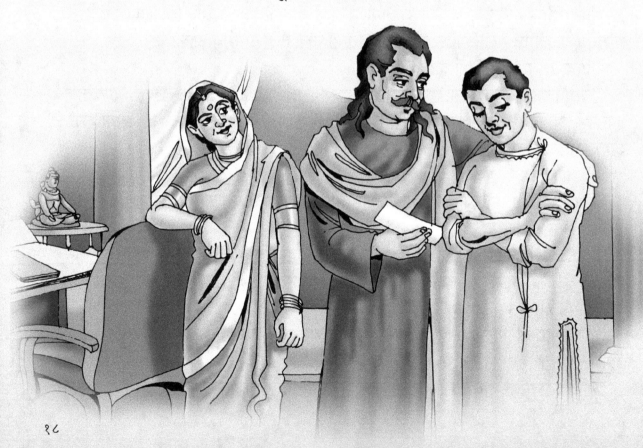

रविबाबूला कलकत्त्यात सोडून देवेंद्रबाबू आपल्या कामानिमित्त पुन्हा प्रवासाला गेले. जाताना त्यांनी रविबाबूला जवळ बोलावले. खिशातून पाचशे रुपयांचा चेक काढून त्यांनी तो रविबाबूच्या हातात दिला. रविबाबू म्हणाला,

"हे काय, पिताजी?"

"बिदागी."

"बिदागी? ती का?"

"अरे, जुन्या काळी कविकलावंतांचा आदर राजेमहाराजे करीत. आता तो काळ संपला. तू एक होऊ घातलेला थोर कलावंत आहेस. हा पाचशे रुपयांचा चेक देऊन मी तुझ्या काव्यकलेची कदर करतो."

रविबाबूने तो चेक वडिलांचा प्रेमळ आशीर्वाद समजून ठेवून घेतला. देवेंद्रबाबू रविबाबूच्या पाठीवर हात ठेवून आणखी पुढे म्हणाले,

"रवी बेटा, तू आता सतरा वर्षांचा झालास. तुला शिकण्यासाठी मी इंग्लंडला पाठवायचं ठरवलंय. तुझ्या ठिकाणी आणखी काही सुप्त गुण असतील, तर त्यांचा विकास होऊ दे."

विलायतेला जाण्याची कल्पना रविबाबूला तशी फारशी मनापासून आवडली नाही; परंतु वडिलांच्या कल्पनेला रविबाबू विरोध करू शकला नाही. त्या पाचशे रुपयात त्याने आपल्या भावकवितांचा एक छोटेखानी, सुरेख, सुंदर कवितासंग्रह छापून प्रसिद्ध केला.

आणि एके दिवशी सुमुहूर्तावर रविबाबू उच्च शिक्षणासाठी विलायतेला रवाना झाले.

❀ ❀ ❀

हा हा म्हणता वर्ष-दीड वर्ष निघून गेले. इंग्लंडमधील रविबाबूच्या शिक्षणाबद्दलची साऱ्यांनाच काळजी वाटत होती. वरचेवर रविबाबूची पत्रे येत. त्यात अभ्यासाच्या प्रगतीबद्दलचा उल्लेख फारच थोडा असे. टेम्स नदी, तिच्या दोन्ही तीराला वसलेले लंडन शहर, ते दोन भाग जोडणारे अनेक पूल, महाविद्यालये, इतर विश्वविद्यालये, त्यांची समृद्ध ग्रंथालये, लंडनमध्ये कलावंतांना, साहित्यिकांना मिळणारा मानसन्मान, इत्यादी गोष्टींनीच रविबाबूची पत्रे भरलेली असत. कुठल्या विषयाची त्याला गोडी लागली, कोणत्या प्राध्यापकांचा त्याला लळा लागला, याचा पत्रात चुकूनही उल्लेख नसे. उलट येथील शिक्षणाची पद्धती जुनाट, डोक्यात फक्त ज्ञान कोंबण्यावर भर, टिपणे देणे,

घोकंपट्टी करणे म्हणजेच अभ्यास अशा तेथील शिक्षणविषयक कल्पनांना आपण पूर्ण कंटाळून गेलो आहोत. तरीही उत्तीर्ण होण्याइतपत आपली तयारी होत असून, फावल्या वेळात आपण सहलीला जातो. काव्यरचना करतो, नाटकं पाहतो आणि या साहित्यक्षेत्रात इंग्लंड पुढारलेले राष्ट्र आहे, आणि इंग्रजी भाषा ही श्रेष्ठ साहित्याचा खजिना आहे, असे रविबाबू लिहित असत.

एकदा शारदाबाईंच्या सूचनेवरून ज्योतिरींद्रबाबूंनी रविबाबूंना एक उपदेशपूर्ण पत्र लिहिले आणि या पत्राला उत्तर म्हणूनच की काय इंग्लंडमधील आपला बॅरिस्टरीचा अभ्यासक्रम अर्धवट सोडून रविबाबू कलकत्त्याला परतले. रविबाबूंच्या या वर्तनाचे अनेकांना आश्चर्य वाटले; तरी देवेंद्रबाबूंनी रविबाबूला मुळीच दोष दिला नाही. आणि रूढ शालेय शिक्षणाची गोडी त्याला नसताना आपण त्याला इंग्लंडला पाठविले याचा त्यांना पश्चात्ताप झाला.

एकदा ते रविबाबूंना म्हणाले,

''रविबाबू, स्वत:च्या आवडीविरुद्ध तू इंग्लंडमध्ये अधिक काळ राहिला नाहीस याचा उलट मला आनंदच होत आहे.''

"छे! छे! पिताजी, चूक माझी झाली. मी आधीच आपणाला नकार द्यायला हवा होता. तो दिला नाही म्हणून तुमचे पैसे फुकट गेले."

"आणि तुझं दीड वर्ष, असंच ना?"

"पिताजी एक विचारू?"

"अवश्य विचार. संकोच वाटण्याचं काय कारण?"

"मला साहित्यसेवेत मग्न राहण्याची आपण परवानगी द्यावी."

देवेंद्रबाबूंनी रविबाबूंना तसा आशीर्वाद दिला आणि ते जमीनदारीच्या कामावर परगावी निघून गेले.

पडत्या फळाची आज्ञा घेऊन रविबाबूंनी कवितावाचन, कवितालेखन, नाट्यवाचन, नाट्यलेखन, कथावाचन, कथालेखन यामध्ये आपले काम, अभ्यास ठेवला. वाल्मिकींच्या जीवनावर त्यांनी एक संगीतिका लिहिली आणि रंगमंचावर ती त्यांनी आणली. रविबाबूंनी स्वतः वाल्मिकीची भूमिका केली होती. ती त्यांनी इतकी उत्कृष्ट वठविली की, पाहणारे मंत्रमुग्ध होऊन गेले. लेखन, संगीत यांच्या बरोबरच ते अभिनयकुशलही आहेत हे सिद्ध झाले.

२१

असेच एकदा एका समारंभाला बंगालचे थोर कादंबरीकार बंकिमचंद्र आले होते. त्यांचा आदरसत्कार करण्यासाठी त्यांना पुष्पहार घालण्याचे काम रविबाबूंकडे देण्यात आले. साहित्यक्षेत्रातली रविबाबूंची कीर्ती बंकिमचंद्रांच्या कानापर्यंत पोहोचली होती. रविबाबूंनी आणलेला पुष्पहार हातात घेऊन बंकिमचंद्र म्हणाले, ''या उगवत्या ताऱ्याला हा पुष्पहार घालून मी कौतुक करतो व त्याचे भविष्य उज्ज्वल आहे, अशी खात्री देतो.''

बंकिमचंद्रांनी घातलेला पुष्पहार रविबाबूंनी स्वीकारला. स्वीकारताना नम्रतापूर्वक ते म्हणाले, ''या मानाला मी पात्र नाही; पण एका थोर तेजस्वी साहित्यिकाचे आशीर्वाद म्हणूनच मी हा पुष्पहार स्वीकारतो.''

रविबाबू आणि बंकिमचंद्र यांच्यात साहित्यविषयक चर्चा झाली. बंकिमबाबू म्हणाले, ''माझे साहित्य राष्ट्रीय आहे. त्याला प्रादेशिकतेच्या मर्यादा आहेत; पण खरे साहित्य मानवतावादी असते. ते जागतिक असते. असे मानवतावादी साहित्य निर्माण करण्याची कुवत तुझ्या ठिकाणी आहे, हे मी जाणून आहे. तसे विविध आणि विपुल साहित्य तुझ्या हातून निर्माण होवो आणि तू साहित्यसम्राट होऊन तुझी कीर्ती जगभर पसरो, असा मी मन:पूर्वक तुला आशीर्वाद देतो.''

रविबाबूंना बावीसावे वर्ष लागले. त्यांचा वाढदिवस थाटाने साजरा झाला. अनेक नातेवाईक आणि देवेंद्रबाबूंची मित्रमंडळी समारंभाला उपस्थित होती. कलकत्त्यातील प्रसिद्ध गायक खास मैफिलीसाठी बोलाविले होते.

परत जाताना देवेंद्रबाबूंचे मित्र त्यांना म्हणाले,

''तुमचा रविबाबू ऐन तारुण्याच्या उंबरठ्यावर उभा आहे. फारच सुंदर, आकर्षक आणि उमदा दिसतो तो. त्याचे चार हात करून टाक. याच वेळी त्याला एक कुलशीलाची सुंदर मुलगी मिळून जाईल.''

रविबाबू बावीस वर्षांचे झाले असूनसुद्धा देवेंद्रबाबूंना ते लहानच वाटत होते, पण मित्राच्या सूचनेने त्यांच्या मनात घर केले.

देवेंद्रबाबूंच्या मनात रविबाबूंच्या लग्नाविषयी विचार घोळू लागले आणि एके दिवशी अकरा वर्षाची श्रीमंत घराण्यातील एक सुंदर मुलगी मृणालिनी त्यांनी आपली सून म्हणून निश्चित केली.

संसाराला प्रारंभ करताना रविबाबूंच्या लवकरच लक्षात आले की, आपली पत्नी केवळ साक्षर आहे. दोन-तीन पुस्तकांपलीकडे तिने काही वाचले नाही. तक्रार करणाऱ्यांपैकी रविबाबू नव्हते. वाड्यातच मृणालिनीला बंगाली, इंग्रजी आणि संस्कृत शिकविण्याचे त्यांनी मनात ठरवून टाकले.

मृणालिनीच्या बाराव्या वाढदिवसाच्या निमित्ताने तिला माहेरहून सुंदर भेटी आल्या. त्यात दोन-तीन सुरेख, सुंदर, आकर्षक बाहुल्या होत्या. विवाहित मृणालिनीला त्या अतिशय आवडल्या. ती त्या वाड्यातील सर्वांना कौतुकाने आणि आनंदाने दाखवू लागली.

अल्लड मृणालिनी आपल्या बाहुल्या घेऊन रविबाबूंच्या खोलीत गेली. कविता लिहिण्याच्या तंद्रीत रविबाबू होते. टेबलावर दोनदा मृणालिनीने टकटक केले, तरी रविबाबूंचे लक्ष मृणालिनीकडे गेले नाही. ती म्हणाली,

"अहो, ऐकलंत का?"

रविबाबूंची तंद्री भंग पावली. त्यांनी मान उंचावली. मृणालिनी आणि तिच्या हाती दोन बाहुल्या पाहून त्यांना गंमत वाटली. ते म्हणाले,

"काय म्हणताय? काही हवंय का?"

२४

"अहो, या बाहुल्या ठेवायला मला एक सुंदर पेटी हवी आहे. ती करून द्या बघू."

"हे बघ. हे तुझं काम मी करीन; पण तू माझं एक काम केलं पाहिजेस."

"अवश्य करीन! सांगा आधी तुमचं काम. मग माझं काम."

"हे पहा. तू माझ्याकडे इंग्रजी, बंगाली आणि संस्कृत शिकशील, तर तुझ्या बाहुल्यांना पेटीच काय पण कपाटसुद्धा करून देईन आणि त्यात ठेवायला आणखी बाहुल्या पण आणून देईन."

रविबाबूंच्या खुलाशाने अल्लड मृणालिनी एकदम खूश झाली.

मृणालिनी रविबाबूंच्यापाशी रोज नियमितपणे अभ्यास करू लागली आणि रविबाबूंच्या अपेक्षेप्रमाणे तिने प्रगतीही करून दाखविली.

सूनबाई आपल्या नवऱ्याकडे दोन दोन तास शिकत बसते आणि तिचा नवरा तिला मन लावून शिकवितो, हा विषय त्या टागोरांच्या वाड्यात मोठ्या कौतुकाचा होऊन बसला.

रविबाबूंच्या लेखनाच्या निमित्ताने त्यांच्याकडे आकर्षिले गेलेले अनेक मित्र वरचेवर येत असत आणि त्यांच्यात काव्य-शास्त्र-विनोद चालत. मग चहापान होई. त्यावेळी काही गप्पा निघत.

अशाच गप्पा मारीत असताना रविबाबू म्हणाले,

''मित्रांनो, माझ्या मनात एक विलक्षण कल्पना आली आहे.''

''ती कोणती?''

''आपण कलकत्ता ते पेशावर चालत जाऊ.''

''म्हणजे काय होईल?''

''आपल्याला भारताची विविधता नजरेस पडेल. विविध प्रांतांतले भिन्नधर्मीय लोक पाहायला मिळतील. ठिकठिकाणचं निसर्गाचं रूप पाहता येईल. थोडक्यात, आपल्या माहिती, ज्ञानात मोलाची भर पडेल.''

काहींना पसंत नसतानासुद्धा रविबाबूंच्या आग्रहाखातर सर्वांनी ही कल्पना उचलून धरली. वाड्यातल्या मंडळींना या कल्पनेचे कौतुक वाटले; पण त्यांनी सारा निर्णय देवेंद्रबाबूंच्यावर सोपविला. देवेंद्रबाबू तर जमीनदारीच्या दौऱ्यावर गेले होते.

देवेंद्रबाबू कलकत्त्याला आले. कोणीतरी आपला विचार वडिलांच्याजवळ मांडतील आणि वडील त्यावर निर्णय देतील, अशी रविबाबूंची कल्पना होती; पण कुणी काहीच न विचारलेले पाहताच धिटाईने एकदा रविबाबू वडिलांना म्हणाले,

''पिताजी, तुमच्या येण्याची मी वाटच पहात होतो.''

''ती का बरं बेटा?''

"आम्ही मित्रांनी असा विचार केलाय-"

"अरे वा! काय बरं?"

"पेशावरपर्यंत चालत जाण्याचा."

"म्हणजे काय होईल?"

"माणसं आणि निसर्ग यांचं अवलोकन करता येईल. आपला बंगाल, शेजारचा बिहार, तो उत्तर प्रदेश, गव्हाचे कोठार असलेला पंजाब, जगाचे नंदनवन असलेलं काश्मीर आणि तगड्या पश्तूनांचा तो डोंगराळ सरहद्द प्रांत."

"बेटा रवी, तुझी कल्पना नामी आहे. तुला प्रवासाची गोडी आहे, हे मला माहिती आहे. तू आखलेला प्रवास फार मोठा आणि जबाबदारीचा आहे. आधी एका छोट्या प्रवासावर जा. त्यात आपल्या कुटुंबाचं कामही होईल आणि तुझी प्रवासाची हौसही भागेल."

"म्हणजे मी कुठं जावं, असं आपलं म्हणणं आहे?"

"आपली जमीनदारी दूरवरच्या अनेक खेड्यांत पसरलेली आहे, हे तुला माहीत आहे. त्यासाठी इच्छा असूनही कलकत्त्यात आपल्या घरी सलग एक महिनाभरसुद्धा मी राहू शकत नाही, हे तू जाणतोस."

रविबाबूंनी वडिलांची कल्पना मान्य केली. आणि देवेंद्रबाबूंनी कुश्तिया जिल्ह्यातील शेती रविबाबूंच्या स्वाधीन केली.

कुश्तियाला जाण्याचा निर्णय रविबाबूंनी ताबडतोब घेतला. त्यांना हे काम जमणार नाही, असे वाड्यातल्या मंडळींना वाटले; परंतु प्रवासाची हौस आणि वडिलांची इच्छा पूर्ण करणे, या दोन गोष्टींकरीता रविबाबू कुश्तियाला गेले. आपल्या वडिलांवर रविबाबूंची एवढी गाढ श्रद्धा होती की, आपल्याला योग्य तेच ते सांगतील याची रविबाबूंना मनोमन खात्री होती.

कुश्तियापर्यंत जाण्याचा मार्ग निसर्गसौंदर्याने असा नटलेला होता, की ती 'कुदरतकी करामत' पाहून रविबाबू थक्क झाले. छोटे मालिक आले आहेत असे समजताच रविबाबूंना नमस्कार करण्यासाठी सर्व शेतकरी आले. त्यातला एकजण म्हणाला,

"मालिक, तुमच्या दर्शनानं आम्ही धन्य झालो, असंच वरचेवर येत चला."

"मी आता इथंच रहाणार आहे. पिताजी एकटेच किती आणि किती दिवस काम पाहतील? त्यांना काही उसंत नको का?"

"तेही खरंच."

रविबाबूंनी आपल्या शेतीबरोबर शेतकऱ्यांच्या घरची विचारपूस केली. त्यांचे दारिद्र्य पाहून रविबाबूंचे मन कळवळले आणि त्याही दारिद्र्यात ते प्रसन्नचित्त राहतात यांचे त्यांना कौतुक आणि आश्चर्य वाटले. पेरणीपासून कापणीपर्यंत शेतीच्या सर्व कामांचे रविबाबूंनी निरीक्षण केले. शेतकऱ्यांच्या कष्टाळूपणाबद्दल त्यांना अतीव सहानुभूती वाटली. शेतीची कामे करता करता शेतकरी स्त्रिया जी जुनी प्रादेशिक लोकगीते गात, त्यांच्या गोडव्याने आणि सुबोध रचनेने ते मंत्रमुग्ध झाले. ती गाणी रविबाबू त्यांना वरचेवर म्हणायला लावीत आणि काहीतरी गरजेची वस्तू त्यांना भेट म्हणून देत.

रविबाबूंची जमीनदारी एका गावची नव्हती, अनेक गावांना त्यांना होडीतून जावे लागे आणि मग होडी चालविताना नावाडी गाणी म्हणत त्या गाण्याची चाल, सूर आणि सोपेपणा यांची रविबाबूंच्या मनावर विलक्षण मोहिनी पडली. या काळामध्ये त्यांनी ज्या कविता रचल्या त्यात साधेपणा, सुरेलपणा आणि गोडवा पुरेपूर उतरलेला आहे.

आपल्या शेतकरी कुळांचा रविबाबूंना जसाजसा अधिक परिचय होत गेला तसतशा दोन गोष्टी त्यांच्या कोमल मनाला खटकल्या. पहिली म्हणजे त्यांचे अपार दारिद्र्य आणि दुसरी म्हणजे निरक्षरतेबरोबर त्यांच्या जीवनात खोलवर रुजलेली अंधश्रद्धा. या शेतकऱ्यांना अधिक सुखी करायचे असेल, तर त्यांचे जीवनमान वाढले पाहिजे आणि भोळ्या समजुती, दुष्ट रूढी नाहीशा झाल्या पाहिजेत. रविबाबूंच्या हळव्या कविमनात या

एका नवीनच समस्येने घर केले आणि त्यामुळे रविबाबू अस्वस्थ होऊ लागले. त्या निमित्ताने रविबाबूंनी काही वाचन आणि त्यावर चिंतन केले. अखेर त्यांना समजून चुकले की, शेतकऱ्यांच्याच जीवनाला नव्हे तर अखिल जनसामान्य बंगाली जीवनाला जडलेला हा रोग शिक्षणाच्या औषधानेच बरा होईल; पण ते शिक्षण म्हणजे खरे शिक्षण-जीवनशिक्षण. केवळ कारकून निर्माण करण्याकरिता इंग्रजांना सुरू केलेले शिक्षण नव्हे.

जीवनशिक्षणाचा एक नवा प्रयोग करण्याचे रविबाबूंनी ठरविले. वडील कलकत्त्याला आलेले आहेत, असे पाहून कुश्तियाहून रविबाबू घरी परत आले. त्यांनी सर्व परिस्थिती आणि आपली मन:स्थिती वडिलांना समजावून सांगितली. रविबाबूंची ही तळमळ पाहताच देवेंद्रबाबूंना एक अनावर समाधान वाटले. त्यांनी शिक्षणाचा हा नवा प्रयोग करण्याचे स्वातंत्र्य आणि सुविधा रविबाबूंना देण्याचे ठरविले, ते रविबाबूंना म्हणाले,

"ती आपली बोलपूरजवळची शांतिवनाची जागा आहे ना! ती पुरेल का तुझ्या कामाला?"

"छानच होईल ती मला. माझं काम तिथं चांगलं चालेल."

रविबाबू शांतिवनाला गेले. त्यांनी तेथे एक आश्रम बांधला. रिकाम्या जागेत झाडे लावली आणि आपल्या पत्नीसह तेथे राहून त्यांनी शाळा सुरू केली.

श्रीमंतीत वाढलेल्या आणि कष्टाची सवय नसलेल्या मृणालिनीदेवींनी रविबाबूंच्याबरोबर स्वतःला त्यांच्या कामासाठी पूर्णपणे वाहून घेतले.

❈ ❈ ❈

टागोरांचे घराणे आणि रविबाबूंची कीर्ती यामुळे शांतिवनाच्या त्या शाळेत काही धनिकांची आणि काही मध्यमवर्गीय लोकांची मुले आली. रविबाबू स्वतः जीव ओतून शिकवीत. त्यांचे वर्ग झाडाखाली भरत. ते गोष्टी सांगत, गाणी शिकवीत, खेळ शिकवीत, स्वतः एक मूल होऊन ते त्यांच्याशी राजा-रंकाचा, आंधळ्या कोशिंबिरीचा, चोर-पोलिसांचा खेळ खेळत. रविबाबूंची प्रत्यक्ष तळमळ पाहून इतर सहकारी देखील मन लावून शिकवीत. मृणालिनीदेवी मुलांच्या तोंड धुणे, दात घासणे, स्वच्छ कपडे धुणे, वेळेवर नाष्टा घेणे, दुपारचे रात्रीचे जेवण, सायंकाळचा फराळ, दुखणे, खुपणे, आजार इत्यादी गोष्टींच्याकडे मातेच्या ममतेने पाहत.

टागोरांच्या शांतिनिकेतनात मुलांची संख्या झपाट्याने वाढत नसली तरी प्रयोग करून

निष्कर्ष काढण्याला आवश्यक तेवढी मुले तेथे होती. कोणतीही शिक्षणसंस्था संकटाविना आपला मार्ग आक्रमण करू शकतच नाही. त्याला टागोरांचे शांतिनिकेतन अपवाद कसे असू शकेल?

एकदा चौकशी करण्यासाठी एक शिष्ट गृहस्थ तेथे आले. त्यांनी तेथील शिक्षणाची चौकशी केली. आलेले गृहस्थ सनातनी होते आणि टागोर तर सुधारकी ब्राह्मो समाजाचे पुरस्कर्ते. रविबाबूंची सुधारणावादी शिक्षणपद्धती त्या गृहस्थांना आवडली नाही. हा रविबाबू नुसती गोष्टी, गाणी, खेळ शिकवितो. अभ्यास काहीच करून घेत नाही, असा अपप्रचार या गृहस्थांनी सुरू केला.

दुसऱ्या एका सद्गृहस्थांनी रविबाबूंना विचारले,

"रविबाबू, आपल्या शाळेत किती इयत्तेपर्यंतचे शिक्षण होते?"

"तीन वर्षांत सरासरी पूर्ण प्राथमिक इतके."

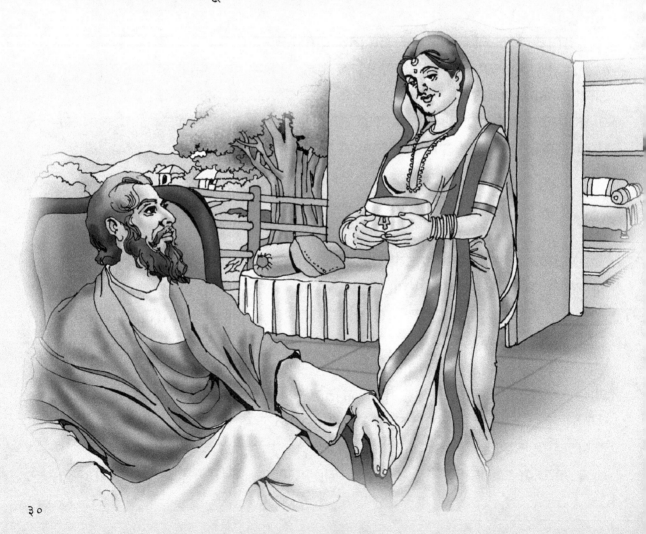

''मग पुढे तुमचे विद्यार्थी कुठल्या शाळेत जाणार?''

रविबाबू उत्तर देऊ शकले नाहीत.

''तुमच्या शाळेनं रजिस्ट्रेशन घेतलं आहे काय?''

रविबाबूंनी नकारार्थी मान हलविली.

''मग हे तुमचे सर्व शिक्षण व्यर्थ आहे.''

''का बरं?''

''हे तुमचे खासगी वर्ग आहेत. पुढे कुठल्याही सरकारमान्य शाळेत तुमच्या मुलांना प्रवेश मिळणार नाही आणि ही तुमची मुलं सरकारी नोकरीला अपात्र ठरतील.''

रविबाबूंच्या उत्साहावर थोडे विरजण पडले. शिक्षणाच्या तांत्रिक गोष्टींचा त्यांनी पूर्वी कधी विचारच केला नव्हता; मात्र झालेली चूक सुधारण्याचा निश्चय त्यांनी मनात केला; पण संकटे येऊ लागली, म्हणजे ती एकामागून एक येतात. रविबाबू असेच एकदा एक कथा लिहिण्याच्या संदर्भात चिंतन करीत असता त्यांचे एक सहकारी त्यांच्याकडे आले. ते म्हणाले,

''रविबाबू, शैक्षणिक साधनांच्यावर आणि शाळेच्या खेळांच्या साहित्यावरील शिल्लक रक्कम संपून गेली आहे. नव्या रकमेची तजवीज कशी करायची?''

रविबाबू थोड्या त्रस्त मनःस्थितीत म्हणाले,

''माझी पुस्तकं विकून टाका.''

रविबाबूंचा अनमोल आणि आवडता ग्रंथसंग्रह विकणे म्हणजे जणू त्यांना प्राणांतिक यातना देणे होय, हे तो सहकारी ओळखून होता. त्याने पैशाची अडचण मृणालिनीदेवींपुढे मांडली. 'मी अडचण दूर करीन,' असा दिलासा देऊन मृणालिनीदेवींनी त्या सहकाऱ्याला जावयास सांगितले.

मृणालिनीदेवी आपल्या पतीदेवांच्याकडे आल्या. रविबाबूंचे लेखन आणि चिंतन कुठे नाहीसे झाले होते. पैसा कसा उभा करावा, या एकाच काळजीने ते त्रस्त झाले. कोणीतरी आल्याची चाहूल त्यांना लागली. त्यांनी मागे वळून पाहिले. ते म्हणाले,

''मृणाल, तुला काही हवंय? तू का आलीस?''

''शाळेला पैशाची गरज आहे असं ऐकलं, ते खरं आहे का?''

''होय! पण यात तू लक्ष न घालणं बरं.''

''मी तुमची धर्मपत्नी आहे. तुमच्याप्रमाणं मीही या शाळेला वाहून घेतलं आहे. तुमच्या चिंता त्या माझ्याही चिंता.''

३१

"मग जा कलकत्त्याला. हिंड घरोघर नि कर गोळा निधी."

"त्याची काही गरज नाही."

मृणालिनीच्या या उद्‌गारांनी रविबाबू थक्क झाले. ते एकटक तिच्याकडे पाहतच राहिले. तिने दडवून आणलेली दागिन्यांची पेटी रविबाबूंच्यापुढे केली आणि ती म्हणाली,

"हे दागिने विकून शाळेच्या तात्कालिक गरजा भागविता येतील, असं मला वाटतं."

"पण ते कसं शक्य आहे? हे दागिने तुझे आहेत. तू माहेराहून आणलेले आहेस."

"पण मी तुमची आहे. शाळा तुमची आहे. शाळेच्या अडचणीला हे दागिने मी जर दिले नाहीत तर-"

"तर काय होईल?"

"पतिव्रतेच्या कर्तव्याला मी चुकले असं होईल."

रविबाबूंनी मृणालिनीदेवींच्या समजुतीखातर त्या दागिन्यांचा स्वीकार केला. मृणालिनीसारखी पत्नी आपल्याला लाभली म्हणून त्यांना धन्यता वाटली; पण रविबाबूंच्या नशिबात यावेळी संकटमुक्तता नव्हती. त्यांची लाडकी भाभी- कादंबरी त्यांना आधीच सोडून गेली होती आणि ते दुःख सहन करता करताच या दोन-चार वर्षांच्या काळात त्यांचे वडील देवेंद्रबाबू, पत्नी मृणालिनीदेवी, आवडती कन्या रेणुका आणि लाडका पुत्र समिंद्र असे एकामागून एक त्यांना सोडून गेले.

'नियती माझी परीक्षा घेत आहे, मग मीही हार मानणार नाही.' असा मनाला धीर देऊन शांत चित्ताने रविबाबूंनी ही सारी दुःखे एखाद्या योग्याच्या स्थितप्रज्ञतेने सहन करून आपल्या भावी जीवनाची कालक्रमणा सुरू ठेवली.

रविबाबूंचे घराणे सुखवस्तू होते. रिद्धि-सिद्धी त्यांच्या घरात पाणी भरीत होत्या. रविबाबूंच्यासारखा भावनाप्रधान युवक लहानपणापासून लाडात वाढलेला होता. त्याला हवे ते तत्काळ मिळे. तो जे काही करी त्याला विरोध होत नसे;. पण रविबाबू सुसंस्कारी आणि सत्प्रवृत्त असल्यामुळे कळत-नकळत त्यांच्या हातून तसे गैर काही घडले नाही. कादंबरीभाभीच्या निधनाचा धक्का त्यांना जबरदस्त बसला; कारण तोपर्यंत दुःख ही काय चीज आहे, हे त्यांना ठाऊकच नव्हतं. जमीनदारी सांभाळण्याच्या निमित्ताने ते कुशितयाला गेले आणि तेथे त्यांना शेतकरीवर्ग भोगत असलेल्या दारूण दुःखाची कल्पना आली. पुढे

गीतांजली

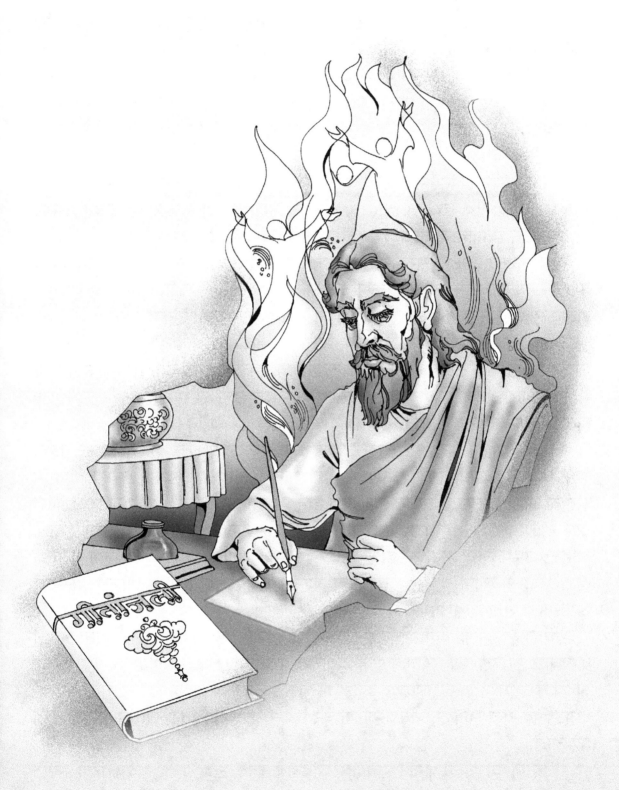

वडील, पत्नी, मुलगा आणि मुलगी यांच्या निधनाने ते व्याकूळ झाले, तेव्हा त्यांना समजून चुकले की, जीवन म्हणजे फुलबाग नव्हे, ते एक धगधगते यज्ञकुंड आहे. विरह, दुःख, अपमान यांच्या जखमा सोसतच मनुष्याला पुढे पुढे जायचे असते. हे कटू सत्य त्यांना उमगले. ते अंतर्मुख झाले. या काळामध्ये त्यांनी लेखन केले ते काहीसे गूढ व चिंतनपर आहे. 'गीतांजली' मधल्या काही उल्लेखनीय कविता याच काळात लिहिल्या गेल्या.

मानवी मनाचा अंतर्मनात शोध घेत असता रविबाबूंचे भावनाशील मन भारतीय समाजजीवनाचा वेध घेत होते. भारतीय लोकांना सुखाचा मार्ग मोकळा व्हावयाचा असेल तर 'राजकीय स्वातंत्र्याची गरज' हे त्याचे प्रमुख कारण आहे हे त्यांना पटले.

याच वेळेला ब्रिटिश सरकारने बंगालची फाळणी जाहीर केली. या अन्यायाविरुद्ध बंगाली मन खवळून उठले. तरुणांचे रक्त उसळू लागले. क्रांतिकारक आता गुप्त हालचाली करू लागले. अशावेळी रविबाबूंचे भावनाशील मन गप्प कसे बसेल?

त्यांनी ब्रिटिशांना निषेध खलिता पाठविला. ते मोर्चामध्ये भाग घेऊ लागले. सभेमध्ये जहाल भाषणे करू लागले. या काळात त्यांना एक स्फूर्तिगीत स्फुरले. ते म्हणजे 'आमार सोनार बांगला.' बंकिमबाबूंच्या 'वंदे मातरम्' गीताने एके काळी सारा भारत निनादून गेला होता. याचप्रमाणे सारे बंगालवासी रविबाबूंच्या या गाण्याने भारावून गेले.

कलावंत आणि कवी असलेले रविबाबू आता समाजसुधारक झाले. त्यांनी राष्ट्रीय ग्रामपंचायती स्थापन केल्या आणि राष्ट्रीय शाळा उघडल्या. त्यांना लहानपणापासून शेतीचे आणि शेतकरी जीवनाचे आकर्षण होते. भारताप्रमाणे बंगाल हा शेतीप्रधान प्रदेश आहे आणि जर शेती सुधारायची असेल तर ती पाश्चात्त्यांप्रमाणे शास्त्रशुद्ध पद्धतीने केली पाहिजे, असे त्यांचे ठाम मत झाले होते. या कामी आपल्या मुलाने आपल्याला मदत करावी, असे त्यांना वाटले. त्यांनी हा प्रश्न रथिंद्रांपुढे मांडला आणि तो आनंदाने अमेरिकेला शेती शिक्षणासाठी जाण्यास तयार झाला.

रथिंद्र परत आला. प्रथम शेतकरी त्याला दाद देईनात. म्हणून त्याने घरची शेती आदर्श करण्याचे ठरविले. या प्रयोगाने शेतकऱ्यांच्या मनातल्या शंका आपोआपच दूर झाल्या आणि बंगालमध्ये शेती सुधारणा झपाट्याने सुरू झाली. यांत्रिक अवजारे खरीदली गेली. दुप्पट पिके येऊ लागली. शेतकऱ्यांच्या कुडांच्या भिंती दगड-विटांच्या झाल्या. पन्हाळी पत्रे आले.

रथिंद्रच्या या शेतीप्रयोगाने रथिंद्रावर रविबाबू बेहद्द खूष झाले. रविबाबूंच्या मनात

आणखीन एक समाजसुधारणा आली. ती म्हणजे विधवाविवाह. बंगाली जमीनदार अनेक बायका करीत असत. जमीनदारांच्या मृत्यूनंतर त्या सगळ्या विधवा होत आणि विधवांमध्ये काही तरुण मुली असत. एकपत्नित्वाची चाल रूढ होणे त्या काळी केवळ अशक्य होते. म्हणून रविबाबूंनी विधवाविवाहाचा पुरस्कार केला. सुधारणा घरी झाली पाहिजे, तरच लोकांना आपण ती पटवून देऊ शकतो असे वाटल्यावरून रविबाबूंनी रथिंद्रापुढे हा प्रश्न काढला. रथिंद्र रविबाबूंचा लाडका पुत्र होता. त्याने ताबडतोब मान्यता दिली आणि रविबाबूंनी १९१० साली रथिंद्राचे लग्न प्रतिमादेवी नावाच्या एका विधवेशी मोठ्या थाटात लावून दिले. लग्नात थाटमाट ही कल्पना रविबाबूंना मान्य नव्हती; पण या लग्नात थाटामाटाने विधवाविवाहाचा चांगला प्रचार होईल असे त्यांना वाटले आणि तसा तो काही प्रमाणात झालासुद्धा.

बंगालची फाळणी बंगाली जनतेला मंजूर नाही, याची सरकारला खात्री पटली होती; पण तो प्रश्न निकालात न काढता सरकारने बाजूला ठेवला. तो प्रश्न निकालात निघावा, म्हणून काही क्रांतिकारक मधूनमधून उग्र निदर्शने करीत.

याचवेळी बादशहा पंचम जॉर्ज भारताला भेट देण्यासाठी लवकरच येत असल्याचे जाहीर झाले. साऱ्या देशात सरकारला शांतता हवी होती. त्या निमित्ताने एकदा एक सरकारी अधिकारी रविबाबूंच्याकडे आले. ते म्हणाले,

"रविबाबू, बादशहा पंचम जॉर्ज भारतास येत आहेत. मुंबई, दिल्लीप्रमाणे सरकार त्यांना कलकत्त्याला आणील; पण ते एका अटीवर..."

“कोणत्या अटीवर?”

“बंगाल शांत राहिला पाहिजे. तुमच्यासारखी मातब्बर मंडळी जर मनावर घेतील तर...”

“आमच्या काही मागण्या आहेत खास; पण आम्ही हिंदी लोक मोठे आतिथ्यशील आहोत. आम्ही शांतताभंग होऊ देणार नाही. पाहुण्यांचा अपमान होईल, असा कोणताही अनुचित प्रकार आम्ही करणार नाही. मात्र...”

“मात्र काय रविबाबू?”

“बदलत्या काळाला अनुसरून, लोकांच्या आकांक्षा ध्यानी घेऊन काहीतरी चांगली घोषणा बादशहांनी करावी.”

“ते आम्ही सुचवू; पण आणखी एक काम कराल का?”

“ते कोणतं?”

“बादशहांच्या आगमनप्रसंगी सुरेल सुरावर म्हणता येईल, असं एक स्वागतगीत लिहून द्याल का?”

“ते शक्य नाही; आपण जाऊ शकता.”

या स्वागतगीताच्या मागणीने रविबाबूंचा स्वाभिमान डिवचला गेला. तथापि, त्या अधिकाऱ्याला बंगाल शांत ठेवण्यात सहकार्य देण्याचे त्यांनी अभिवचन दिले.

बादशहांचे आगमन झाले. मुंबई, दिल्ली करीत ते कलकत्त्याला आले. एका स्वागत समारंभात रविबाबूंचे गाणे त्यांना ऐकविण्यात आले. ते म्हणजे ‘जन-गण-मन’ हे होय. या गाण्याला प्रचंड साद मिळाली. श्रोत्यांनी उत्स्फूर्तपणे टाळ्यांचा कडकडाट केला. या घटनेचा सहृदय बादशहाच्या मनावर परिणाम झाल्याखेरीज राहिला नाही.

बादशहांनी बंगालला एक देणगी दिली. ती म्हणजे बंगालची फाळणी रद्द केल्याचे त्यांनी जाहीर केले.

या घटनेचा केवळ बंगाललाच नव्हे तर अखिल भारताला आनंदीआनंद झाला.

बंगाल थोडे स्थिरस्थावर झाल्यावर रविबाबू पुन्हा आपल्या लेखनाच्या, विशेषत: भाव-काव्यलेखनाच्या कामाला लागले. त्यांचे ठिकठिकाणी भावगीत गायन होऊ लागले. रविबाबूंच्या गीतांनी केवळ बंगालच नव्हे तर ओरिसा, बिहार, आसामसुद्धा वेडा झाला.

असेच एकदा बोलणे निघाले असताना रविबाबूंचे एक थोर रसिक चाहते रविबाबूंना म्हणाले,

“रविबाबू, एक सूचना कराविशी वाटते.”

"करा ना, त्यात काय मोठंसं?"

"तुमची गोड गाणी तुम्ही जर इंग्रजीत अनुवादित केलीत, तर तुमची कीर्ती भरतखंडाची मर्यादा ओलांडून त्रिखंडात पसरेल."

रविबाबूंनी ही सूचना मान्य करून स्वत:च इंग्रजीत अनुवादित केलेल्या गीतांचा 'गीतांजली' नावाचा संग्रह प्रसिद्ध केला. थोर इंग्लिश कवी डब्ल्यू. बी. ईट्स ही गीते वाचून थक्कच झाला. रविबाबूंच्या परवानगीने काही किरकोळ व्याकरणविषयक दोष कविवर्य ईट्स यांनी दुरुस्त केले.

अशा प्रकारे एक वर्ष निघून गेले आणि बंगाली वृत्तपत्रात एके दिवशी सकाळी परदेशी वृत्तसदरात एक आश्चर्यकारक महत्त्वाची बातमी प्रसिद्ध झाली.

'गीतांजली'ला नोबेल पारितोषिक मिळाले होते. ते आठ हजार पौंडांचे म्हणजे एक लक्ष वीस हजार रुपयांचे होते.

जगाच्या कानाकोपऱ्यांतून रविबाबूंच्यावर अभिनंदनाचा वर्षाव होऊ लागला. सनातनी बंगाली हिंदू रविबाबूंच्या जाहीर सत्काराला तयार होईनात. कलकत्ता विद्यापीठात रविबाबूंना डी.लिट. देण्याचा ठराव आला. सनातन्यांनी या ठरावाला कडाडून विरोध केला; पण कलकत्ता विद्यापीठाचे देशभक्त कुलगुरू डॉ. आशुतोष मुखर्जी यांनी विरोधकांची पर्वा न करता डी.लिट.चा ठराव मंजूर करून घेतला.

कलकत्ता विद्यापीठाने रविबाबूंना १९१३च्या प्रारंभी सन्माननीय डी. लिट. दिली नि ती रविबाबूंनी स्वीकारली.

❈ ❈ ❈

कलकत्ता विद्यापीठाची डी.लिट. पदवी रविबाबूंनी जाहीररीत्या स्वीकारल्यावर त्यांचे एक स्नेही त्यांचे अभिनंदन करण्याकरिता त्यांच्याकडे आले. चर्चेच्या ओघात विषय निघाला. ते म्हणाले,

"रविबाबू, डी. लिट.च्या रूपानं का होईना तुम्ही सत्कार स्वीकारलात; पण पूर्वी आम्हाला वंचित का केलेत?"

"त्याचं असं आहे महाशय, बाहेरच्यांनी आम्हाला मोठं म्हटलं की, मग आमच्या डोक्यात प्रकाश पडतो. मला ही परधार्जिणी वृत्ती पसंत नाही; पण..."

"पण काय रविबाबू?"

"तुम्ही म्हणता तेही खरं, मी त्यावेळी अहंकाराला बळी पडलो."

रविबाबूंनी जाहीर सत्कार स्वीकारला. सत्काराला उत्तर देताना ते म्हणाले,

"पारितोषिक मिळण्यापूर्वी मी जेवढा होतो, तेवढाच पारितोषिकानंतरही आहे. पारितोषिकामुळे मी अधिक मोठा झालो नाही; पण माझ्या कुटुंबीयांप्रमाणे मलाही सव्वा लाख रुपये मिळाल्याचा आनंद झाला आहे. मला आज पैशाची गरज आहे, ती स्वत:साठी नाही तर माझ्या शांतिनिकेतनसाठी."

हे भाषण ऐकल्यावर श्रोत्यांची मने अभिमानाने भरून आली. या आनंदात आणखी एक भर पडली. सरकारने रविबाबूंना बहुमानाची 'किंगहूड' ही पदवी दिली. आणखी सत्कारांना भरती आली. या सत्कारांनी रविबाबू अक्षरश: गुदमरून गेले.

कायमचे शांतिनिकेतनला जाऊन राहण्याचे रविबाबूंनी ठरविले. त्यामुळे त्यांच्या शाळेला आणखी दर्जा आला. जगात रविबाबूंची प्रसिद्धी झाल्यामुळे त्यांच्या शांतिनिकेतनवर परराष्ट्रांतून देणग्यांचा वर्षाव होऊ लागला.

शांतिनिकेतनातून मुक्त विद्यार्थी निर्माण करायचा, हे रविबाबूंचे ध्येय होते. त्यांना या प्रयोगाकरीतासुद्धा राजकीय स्वातंत्र्याची गरज तीव्रतेने भासत होती. राजकीय परिस्थितीकडे रविबाबू डोळ्यात तेल घालून पाहत होते. त्याच सुमाराला पंजाबमध्ये जालियनवाला बागेचे हत्याकांड घडून आले, नि:शस्त्र लोकांची नाहक हत्या पाहून रविबाबूंचा जीव तळमळला. त्यांनी लाटसाहेबांना अत्यंत कडक असे निषेधाचे पत्र लिहिले आणि त्यात सरकारने दिलेल्या 'नाइटहूड' (सर) पदवीचा आपण त्याग करीत आहोत, असे निक्षून बजावले.

लाटसाहेबांच्या मनावर रविबाबूंच्या पत्राचा थोडा परिणाम झाला; पण हत्याकांड घडून गेल्यामुळे आणि ब्रिटिश नीती आडवी आल्यामुळे त्या पत्राची दखल लाटसाहेब इच्छा असूनही घेऊ शकले नाही.

बंगालच्या फाळणीप्रमाणेच हरिजनांना वेगळा मतदारसंघ देण्याचा संकल्प सरकारने जाहीर केला. हरिजनांचे कैवारी डॉ. बाबासाहेब आंबेडकर स्पृश्य हिंदूंच्या जुलूमाला इतके कंटाळले होते की, त्यांनी परिणामत: वेगळ्या मतदार संघाची मागणी उचलून धरली. चाणाक्ष महात्मा गांधींच्या नजरेला ब्रिटिशांची 'फोडा-झोडा' नीती त्वरित आली आणि

त्यांनी पुण्याच्या येरवडा तुरुंगात प्राणांतिक उपोषण सुरू केले. डॉ. बाबासाहेब आंबेडकरांची गांधीजींनी कशीबशी समजूत घातली. गांधीजींचे प्राण वाचावेत, म्हणून गांधीवाद्यांच्या आग्रहावरून आंबेडकरांनी नमते घेतले. गांधीजींच्या या उपोषणाची वार्ता भारतभरच नव्हे तर जगभर पसरली होती. जगाच्या कानाकोपऱ्यांतून त्यांना पाठिंबा मिळत होता. रविबाबूंनी गांधीजींच्या प्राणाबद्दल लाटसाहेबांच्याजवळ चिंता व्यक्त केली. त्यात त्यांनी गांधीजींना आपला संपूर्ण पाठिंबा असल्याचे लिहिले होते. ब्रिटिश सरकारने वेगळ्या मतदार संघाची कल्पना मागे घेतली. रविबाबू स्वत: पुण्याला येरवड्यात गांधीजींना भेटायला गेले.

रविबाबूंच्या हस्ते मोसंबीचा रस घेऊन गांधीजींनी उपोषण समाप्त केले. मन:शांतीसाठी गांधींजींनी गीतांजलीतील आपली आवडती चार गीते गाऊन दाखविण्याची विनंती रविबाबूंना केली. ती त्यांनी वृद्ध झाले असतानाही आपल्या खास रविंद्र संगीतात गाऊन दाखविली.

याच सुमारास रविबाबूंच्या शांतिनिकेतनच्या शिक्षण प्रयोगाला जागतिक शिक्षणतज्ज्ञांनी भेट देऊन त्या प्रयोगाचे सूक्ष्म निरीक्षण केले आणि रविबाबूंच्या या शिक्षण प्रयोगाला आदरपूर्वक मान्यता दिली.

रविबाबूंची ही शिक्षण प्रयोगाची कीर्ती ऐकून गांधीजींचे मानसपुत्र आणि भारताचे भावी पंतप्रधान पंडित जवाहरलाल नेहरू यांनी आपल्या लाडक्या कन्येस-प्रियदर्शनी इंदिरेस शांतिनिकेतनमध्ये दाखल केले. इंदूच्या सुप्त शक्ती जागृत आणि विकसित होण्यास शांतीनिकेतनचा फार उपयोग झाला, असे जवाहरलालजींनी एके ठिकाणी म्हटले आहे.

शांतिनिकेतन संस्थेचा व्याप वाढला. तेथे नव्या योजना राबविल्या जाऊ लागल्या आणि त्यांच्या अधिकाऱ्यांनी निधी संपत आल्याची रविबाबूंना सूचना दिली. रविबाबूंनी शांतीनिकेतनच्या मदतीसाठी एक नवे नाटक बसविण्याचा संकल्प सोडला. आपण स्वत: नाटकात भूमिका करणार असेही त्यांनी जाहीर केले. रविबाबूंच्या वृद्धापकाळाची आणि शारीरिक दुर्बलतेची गांधीजींना पूर्ण कल्पना होती. गांधीजींनी त्यांना एक कोरा चेक पाठविला आणि विनंती केली की, या वयात आपण नाटकात भूमिका करण्याची तसदी घेऊ नये. जेवढ्या रकमेची आपल्याला जरुरी असेल तेवढा आकडा त्या चेकवर टाका आणि विश्रांती घेऊन स्वत:ची प्रकृती सांभाळा. रविबाबूंनी महात्मा गांधींची विनंती मान्य केली.

रविबाबू आता ऐंशीच्या घरात आले होते. स्वातंत्र्याची चळवळ उग्र स्वरूप धारण

करीत होती. सर्व भारतीय पुढारी गजाआड होते. अशा वेळी मेरी राथबोन नावाच्या एका बाईनं 'मदर इंडिया' नावाचे एक पुस्तक लिहिले. त्यात भारतावर आणि भारतीय देशभक्तांवर खुनशी टीका केली होती. या पुस्तकाच्या वाचनाने जगभर भारताची बेअब्रू होणार होती. ती टळावी म्हणून अंथरुणावर पडल्या पडल्या रविबाबूंनी एक जबरदस्त उत्तर त्या राथबोन बाईंना दिले. रविबाबूंनी आपल्या जीवनात केलेली भारतमातेची ही अखेरची सेवा.

रविबाबू चित्रकार होते. संगीतकार होते. लघुकथाकार होते. गीतकार-नाटककार होते. कादंबरीकार होते. शिक्षणतज्ज्ञ होते. समाजसुधारक होते. त्यांनी शेकडो गीते लिहिली. कथा, कादंबऱ्या, नाटके लिहिली. ती बंगाललाच नव्हे, तर भारतीय लेखकांनाही मार्गदर्शक ठरली. रविबाबूंचे संगीत आज मान्यता पावले आहे. रविबाबूंचा सर्वांत मोठा गुण म्हणजे त्यांचा मानवतावाद, त्यांचा ग्रामसुधारणांचा प्रयोग, शेती सुधारणांचा प्रयोग, हे सारे त्यांनी सहृदयतेने, मानव सुखी व्हावा, समाधानी राहावा म्हणून केले. त्यांच्या शेकडो पुस्तकांच्या आवृत्त्यांमागून आवृत्त्या निघाल्या. तो सारा पैसा त्यांनी शांतिनिकेतनला दिला.

अशा या मानवतावादी विश्वकवीने– रविंद्रनाथ टागोरांनी ७ ऑगस्ट, १९४१ रोजी आपली इहलोकीची यात्रा संपविली.

www.ingramcontent.com/pod-product-compliance
Lightning Source LLC
LaVergne TN
LVHW080006230825
819400LV00036B/1266
* 9 7 8 9 3 8 6 7 4 5 5 4 5 *